J 495.922 Bil
Bilingual visual dictionary.
English-Vietnamese.

34028083418583
CYF $34.95   ocn769472995
08/27/13

3 4028 08341 8583
HARRIS COUNTY PUBLIC LIBRARY

glasses
discs/disks
maps
bks/pamphs

NOV 2 6 2012

D1480216

Vietnamese—English

Bilingual Visual
Dictionary

Milet

Milet Publishing
Smallfields Cottage, Cox Green
Rudgwick, Horsham, West Sussex
RH12 3DE England
info@milet.com
www.milet.com
www.milet.co.uk

First English-Vietnamese edition published by Milet Publishing in 2012

Copyright © Milet Publishing, 2012

ISBN 978 1 84059 699 1

Designed by Christangelos Seferiadis

All rights reserved. No part of this publication may be reproduced in any form or by any means
without the written permission of the publishers.

Printed and bound in Turkey by Ertem Matbaası

Contents | Mục lục

■ **Animals**
Birds...4
Domestic Animals...7
Insects...10
Reptiles & Amphibians...12
Sea Creatures...14
Wild Animals...16

■ **The Human Body**...21

■ **House**
Structure of House...24
Living Room...25
Bedroom...26
Bathroom...27
Dining Room...28
Kitchen...29
Household Objects...32
Domestic Appliances...34

■ **Clothing & Personal objects**
Clothing...38
Personal Objects...42

■ **Tools**...48

■ **Technology**...52

■ **Food**...54
Fruit & Vegetables...55
Bakery...62
Nuts...64
Meat...65
Miscellaneous Food...66
Dairy Products...70
Beverages...71

■ **Transportation**
Vehicles...72
Other...80

■ **Nature**
Plants...82
Land Forms...89
Weather...94

■ **Earth and Space**
Earth...96
Space...98
Environment...100

■ **Sports**...102

■ **The Arts**...108

■ **Musical Instruments**...110

■ **Time**...114

■ **School**...118

■ **Numbers**...124

■ **Shapes & Colors**
Shapes...130
Colors...132

■ **Punctuation Marks**...134

■ **Symbols**...135

■ **Index**...136

Động vật
Chim...4
Gia súc và gia cầm...7
Côn trùng...10
Động vật bò sát và Động vật lưỡng cư...12
Động vật biển...14
Động vật hoang dã...16

Cơ thể con người...21

Ngôi nhà
Cơ cấu nhà cửa...24
Phòng khách...25
Phòng ngủ...26
Phòng tắm...27
Phòng ăn...28
Nhà bếp...29
Các vật dụng trong nhà...32
Đồ gia dụng...34

Quần áo và đồ dùng cá nhân
Quần áo...38
Đồ dùng cá nhân...42

Công cụ...48

Công nghệ...52

Thức ăn...54
Rau quả...55
Bánh...62
Các loại hạt...64
Thịt...65
Đồ ăn...66
Các sản phẩm từ sữa...70
Thức uống...71

Vận tải
Xe cộ...72
Khác...80

Thiên nhiên
Cây cảnh...82
Địa hình...89
Thời tiết...94

Trái đất và Vũ trụ
Trái đất...96
Vũ trụ...98
Môi trường...100

Thể thao...102

Nghệ thuật...108

Nhạc cụ...110

Thời gian...114

Trường học...118

Con số...124

Hình khối và Màu sắc
Hình khối...130
Màu sắc...132

Dấu chấm phẩy...134

Ký hiệu...135

Chỉ số...136

robin
chim cổ đỏ

crow
con quạ

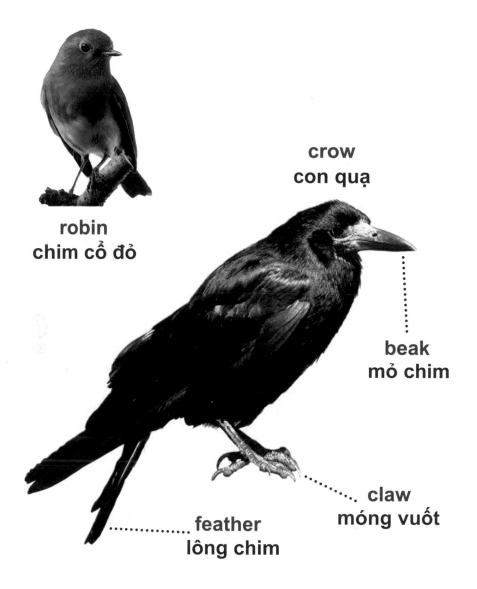

beak
mỏ chim

claw
móng vuốt

feather
lông chim

cage
cái lồng chim

eagle
con chim đại bàng

egg
quả trứng

falcon
con chim ưng

flamingo
con chim
hồng hạc

gull
con chim hải âu

hawk
con chim diều hâu

heron
con diệc

lovebird
con vẹt xanh

nest
cái tổ chim

ostrich
con đà điểu

owl
con cú

parrot
con két

peacock
con công

5

pelican
con bồ nông

pigeon
con chim bồ câu

sparrow
chim sẻ

stork
con cò

swallow
con chim én

swan
con thiên nga

vulture
con chim kền kền

wing
cánh chim

woodpecker
chim gõ kiến

barn
nhà kho thóc lúa

bull
con bò

cow
con bò sữa

cat
con mèo

kitten
con mèo con

dog
con chó

doghouse
nhà cho chó ở

puppy
con chó con

collar
vòng cổ cho chó

goose
con ngỗng

chick
gà con

hen
con gà mái

crest
mào gà

rooster
con gà trống

duck
con vịt

turkey
gà tây

lamb
con cừu

goat
con dê

sheep
con cừu mẹ

camel
con lạc đà

pig
con heo

donkey
con lừa

horse
con ngựa

pet
con vật cưng nuôi trong nhà

hoof
móng guốc

9

ant
con kiến

moth
con sâu bướm

beetle
con bọ cánh cứng

cocoon
cái kén tằm

caterpillar
con sâu bướm

butterfly
con bươm bướm

cricket
con dế

grasshopper
con châu chấu

dragonfly
con chuồn chuồn

bee
con ong ong

beehive
tổ ong ong

wasp
ong bắp cày

ladybird
con bọ rùa

mosquito
con muỗi

fly
con ruồi

scorpion
con bò cạp

spider
con nhện

cobweb
mạng nhện

snail
con ốc sên

chameleon
con tắc kè hoa

frog
con ếch

crocodile
con cá sấu

iguana
con cự đà

newt
con sa giông

lizard
con thằn lằn

earthworm
con giun đất

salamander
con rồng lửa

snake
con rắn

tadpole
con nòng nọc

toad
con cóc

tortoise
con rùa

jellyfish
con sứa

crab
con cua

crayfish
con tôm càng

dolphin
con cá heo

lobster
con tôm hùm

whale
con cá voi

fish
con cá

octopus
con bạch tuộc

penguin
con chim cánh cụt

seahorse
con cá ngựa

seal
con hải cẩu

shark
con cá mập

walrus
con hải mã

starfish
con sao biển

turtle
con rùa

seaweed
rong biển

coral
san hô

bat
con dơi

bear
con gấu

koala
con gấu túi

polar bear
con gấu bắc cực

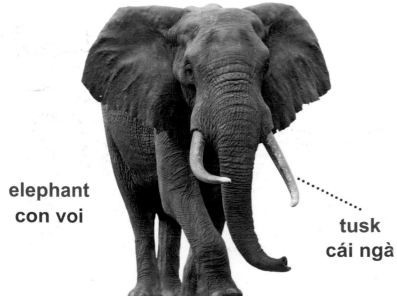

elephant
con voi

tusk
cái ngà

raccoon
con gấu trúc Mỹ

chimpanzee
con tinh tinh

gorilla
con khỉ đột

giraffe
con hươu cao cổ

skunk
con chồn hôi

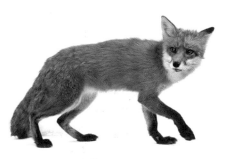

fox
con cáo

wolf
con chó sói

monkey
con khỉ

17

cub
con sư tử con

mane
cái bờm ngựa

leopard
con beo

lion
con sư tử

tiger
con hổ

llama
con lạc đà không bướu

kangaroo
con chuột túi

zebra
con ngựa rằn

**horn
cái sừng**

deer
con nai

hippopotamus
con hà mã

**fawn
con hươu con**

panda
con gấu trúc

rhinoceros
con tê giác

19

mole
con chuột chủi

hedgehog
con nhím

mouse
con chuột

tail
cái đuôi

squirrel
con sóc

rat
con chuột

rabbit
con thỏ

otter
con rái cá

forehead
trán

head
cái đầu

hand
bàn tay

arm
cánh tay

armpit
nách

palm
lòng bàn tay

chest
ngực

footprint
dấu chân

leg
cái chân

waist
eo

knee
đầu gối

thigh
bắp đùi

toe
ngón chân

foot
bàn chân

The Human Body   Cơ thể con người

face
khuôn mặt

eyelashes
lông mi

eyelid
mí mắt

hair
tóc

ear
lỗ tai

eyebrow
lông mày

eye
con mắt

nose
cái mũi

mouth
cái miệng

lip
môi

chin
cái cằm

cheek
gò má

throat
cổ họng

neck
cổ

skeleton
bộ xương

skull
hộp sọ

shoulder
vai

elbow
khuỷu tay

navel

hip
hông

shin
ống quyển

calf
bắp chân

ankle
mắt cá chân

heel
gót chân

middle finger
ngón tay giữa

ring finger
ngón tay đeo nhẫn

index finger
ngón trỏ

little finger
ngón tay út

thumb
ngón tay cái

fingerprint
dấu vân tay

wrist
cổ tay

house
cái nhà

roof
mái nhà

attic
gác xếp

chimney
ống khói

window
cửa sổ

door
cửa

ground floor
tầng trệt

steps
bậc thềm

wall
bức tường

ceiling
trần nhà

curtain
rèm cửa

sofa
ghế xô-pha

fireplace
lò sưởi

floor
sàn

cushion
cái gối sa lông

rocking chair
ghế đu

armchair
ghế bành

folding chair
ghế xếp

carpet
thảm

pillow
cái gối

sheet
khăn trải giường

blanket
cái mền

bed
cái giường

wardrobe
tủ quần áo

comforter
cái mền lông vịt

rug
thảm trải sàn

towel
cái khăn

mirror
gương soi

shower
vòi hoa sen

soap
xà phòng

bathtub
buồng tắm

plumbing
hệ thống ống
nước

shelf
kệ

toilet
nhà vệ
sinh

toilet paper
giấy vệ sinh

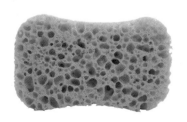

sponge
bọt biển

chair
chiếc ghế

dining table
cái bàn ăn

cabinet
tủ đựng đồ

tableware
bộ chén đĩa

stool
cái ghế đẩu

refrigerator
tủ lạnh

pot
cái nồi

bowl
cái tô

pressure cooker
nồi áp suất

frying pan
cái chảo

bottle
chai

glass
cái ly

jar
cái hủ

shaker
bình đựng muối

jug
cái bình (có tay cầm và vòi)

knife
con dao

plate
cái dĩa

fork
cái nĩa

spoon
cái muỗng

scale
cái cân

sink
bồn rửa

faucet
vòi nước

cutting board
cái thớt

juice extractor
máy ép nước trái cây

burner
bếp nấu

teapot
ấm trà

teaspoon
muỗng cà phê

basket
cái rổ

box
cái hộp

broom
cây chổi

bucket
cái xô

candle
ngọn nến

clock
đồng hồ

clothespin
kẹp phơi đồ

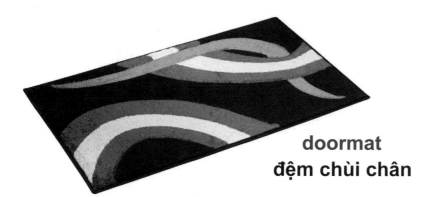

doormat
đệm chùi chân

ironing board
bàn để là quần áo

flowerpot
bình trồng hoa

jerrycan
can chứa chất lỏng

mop
cây lau nhà

sack
cái bao

vase
lọ hoa

air conditioner
máy điều hòa không khí

radiator
máy sưởi

ceiling fan
quạt trần

bedside lamp
đèn ngủ

desk lamp
đèn bàn

chandelier
đèn treo

floor lamp
đèn để sàn

lamp
cái đèn

toaster
máy nướng bánh mì

deep fryer
chảo chiên

electric cooker
bếp điện

oven
lò nướng

microwave oven
lò vi sóng

sewing machine
máy may

doorbell
chuông cửa

food processor
máy chế biến thức ăn

electrical outlet
ổ cắm điện

blender
máy xay sinh tố

door handle
cái tay cầm ở cửa

dishwasher
máy rửa chén

television
ti vi

iron
bàn là quần áo

washing machine
máy giặt

vacuum cleaner
máy hút bụi

dress
áo đầm

suit
đồ vét

tracksuit
đồ thể thao mặc liền thân

pocket
túi

bathrobe
áo tắm

jumpsuit
áo liền thân

swimming trunks
quần bơi

swimsuit
áo bơi một mảnh

blouse
áo kiểu

cardigan
áo len

sweater
áo len

shirt
áo sơ mi

t-shirt
Áo thun

jeans
quần jean

shorts
quần short

skirt
váy

trousers
quần dài

cap
nón cap

beret
nón bê rê

hat
cái nón

belt
dây nịch

bow tie
cà-vạt nơ

tie
cà vạt

glove
găng tay

scarf
khăn quàng cổ

foulard
khăn lụa mỏng

flip-flops
dép xỏ ngón

slippers
dép

sandal
giày săng đan

boots
ủng

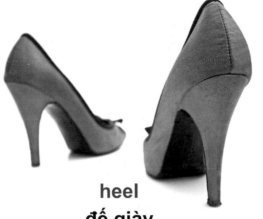

heel
đế giày

sneakers
giày thể thao

shoes
giày

socks
vớ

shoelaces
dây giày

emerald
màu xanh cẩm thạch

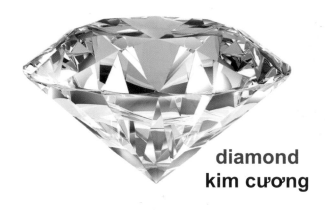

diamond
kim cương

ruby
hồng ngọc

earrings
bông tai

ring
nhẫn

necklace
vòng đeo cổ

bracelet
vòng đeo tay

jewellery
đồ trang sức

watch
đồng hồ

briefcase
cặp táp

badge
thẻ tên

backpack
ba lô

passport
hộ chiếu

shoulder bag
túi đeo vai

suitcase
va li

walking stick
cây gậy

wallet
ví

purse
cái ví

umbrella
ô dù

43

clothes brush
bàn chải quần áo

clothes hanger
móc treo quần áo

button
chiếc nút

cloth
giẻ lau

ribbon
fita ruy băng

reel
cuộn chỉ

thread
sợi chỉ

zipper
dây kéo

comb
cái lược

hairbrush
lược chải đầu

perfume
nước hoa

hairpin
kẹp tóc

hair dryer
máy sấy tóc

eye glasses
mắt kính

sunglasses
kính mát

nail file
bộ đồ giũa

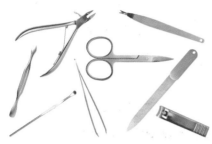

manicure set
bộ đồ làm móng tay

tweezers
cái nhíp

razor
dao cạo

electric razor
dao cạo râu điện

nail clippers
đồ cắt móng tay

toothbrush
bàn chải đánh răng

toothpaste
kem đánh răng

shaving brush
cọ cạo râu

gas lighter
bật lửa cho bếp ga

matchbox
bao diêm quẹt

key
chìa khóa

matchsticks
que diêm

sewing needle
kim may

pins
ghim

safety pin
kim gút

adjustable wrench
chìa vặn đai ốc

combination wrenches
cái chìa vặn đai ốc

long-nose pliers
kềm mũi dài

mole wrench
kềm mỏ lếch

open ended wrench
kềm có hai đầu

slip joint pliers
kềm

nut
con ốc vít

toolbox
hộp công cụ

spirit level
thước đo mặt phẳng

**battery
pin**

**car battery
bình ắc qui xe hơi**

**drill bit
mũi khoan**

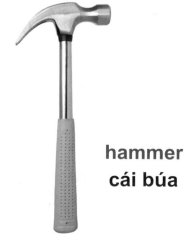

**screw
đinh vít**

**electric drill
khoan điện**

**screwdriver
cái tu vít**

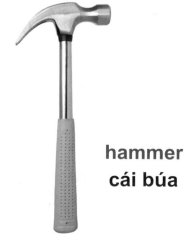

**hammer
cái búa**

**nail
cái đinh**

**mallet
búa gỗ**

chain
dây xích

fire extinguisher
bình chữa lửa

safety helmet
mủ bảo hiểm

padlock
cái khóa

ladder
cái thang

plug
chui cắm điện

torch
đèn pin

tape measure
thước dây

axe
cái rìu

chisel
cái dùi đục

handsaw
cái cưa

hose
cái vòi nước

rope
dây thừng

rake
cái cào

pickax
cái đục

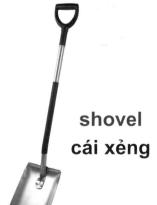

shovel
cái xẻng

wheelbarrow
xe cút kít

51

answering machine
máy trả lời điện thoại

telephone
điện thoại

monitor
màn hình

chip
con chip bán dẫn

computer
máy vi tính

keyboard
bàn phím

scanner
máy quét

printer
máy in

newspaper
tờ báo

microphone
cái mic-cro

cable
dây cáp

earphones
tai nghe

speaker
cái loa

radio
radio

video camera
máy quay video

supermarket
siêu thị

checkout
trả tiền

market
cái chợ

restaurant
nhà hàng

apple
trái táo

appricot
trái mơ

avocado
trái bơ

banana
trái chuối

blackberry
dâu đen

blueberry
dâu xanh

raspberry
cây mâm xôi

strawberry
trái dâu

cherry
trái sơ ri

grape
trái nho

kiwi
trái kiwi

peach
trái đào

grapefruit
trái bưởi

mandarin
trái quýt

orange
trái cam

melon
dưa gang

watermelon
dưa hấu

pear
trái lê

plum
trái mận

mango
trái xoài

pomegranate
trái lựu

quince
trái mộc qua

pineapple
trái thơm

coconut
trái dừa

**corncob
trái bắp**

**corn
ngô**

**carrot
cà rốt**

**lemon
quả chanh**

**garlic
củ tỏi**

**mushroom
nấm**

**pepper
trái ớt tây**

**chili pepper
ớt**

tomato
cà chua

cucumber
dưa leo

pumpkin
bí đỏ

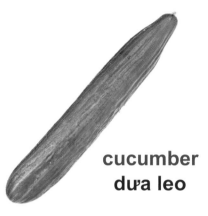

onion
củ hành tây

potato
khoai tây

okra
đậu bắp

green bean
đậu xanh

peas
đậu Hà Lan

artichoke
a-ti-sô

asparagus
măng tây

broccoli
bông cải xanh

cabbage
bắp cải

cauliflower
bông cải

aubergine
cà tím

marrow
tủy

turnip
cây củ cải

celery
cần tây

lettuce
rau diếp

spinach
rau bina

leek
tỏi tây

radish
củ cải trắng

spring onion
hành lá

dill
rau thì là

mint
bạc hà

parsley
rau mùi tây

61

flour
bột

bread
bánh mì

slice of bread
lát bánh mì

crackers
bánh tây giòn

chocolate chip cookie
sô cô la chip cookie

cookie
bánh cookie

toast
bánh mì nướng

pie
bánh nướng

pizza
pizza

burger
bánh mì kẹp

sandwich
bánh mì
sandwich

cake
cái bánh

pancakes
bánh kếp

almond
hạt hạnh nhân

hazelnut
hạt dẻ

chestnut
hạt dẻ

pistachio
quả hồ trăn

peanut
đậu phộng

walnut
trái óc chó

chicken
thịt gà

ground beef
thịt bò xay

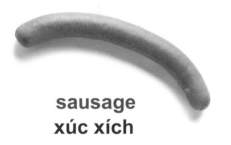

sausage
xúc xích

steak
bò bít tết

fish
món cá

yolk
lòng đỏ trứng gà

egg
quả trứng

pasta
mì ống

rice
gạo

lentils
đậu lăng

beans
hạt đậu

oil
dầu

olive oil
dầu ôliu

canned food
đồ hộp

olive
ô liu

honey
mật ong

salad
xà lách

black pepper
hạt tiêu

salt
muối

French fries
khoai tây chiên

snacks
bữa ăn nhẹ

soup
canh

candies
chiếc kẹo

sugar
đường

breakfast
bữa ăn sáng

chocolate
sô cô la

dessert
món tráng miệng

ice cream
kem

popcorn
bắp rang

butter
bơ

cheese
phô mai

cream
kem

milk
sữa

yogurt
sữa chua

coffee
cà phê

fruit juice
nước ép trái cây

lemonade
nước chanh

orange juice
nước cam

water
nước

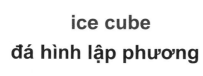

ice cube
đá hình lập phương

tea
trà

windscreen
kính chắn gió

car
xe hơi

hood
nắp chống xước
cho xe hơi

spoke
cái nan hoa

tire
vỏ xe

fender
đệm chắn xe

headlight
đèn pha

trunk
thùng xe

steering wheel
vô lăng

gas cap
nắp đậy bình xăng

engine
động cơ

windscreen wipers
cần gạt nước

minivan
xe hơi nhỏ

van
xe van

camper van
xe đi cắm trại

pickup truck
xe chở hàng

dump truck
xe thùng đổ rác

truck
xe tải

transporter
xe hàng

tow truck
xe kéo

bulldozer
xe ủi đất

digger truck

xe đào đất

forklift
xe nâng

tractor
máy kéo

fire truck
xe cứu hỏa

ambulance
xe cấp cứu

police car
xe cảnh sát

race car
xe đua

bicycle
xe đạp

saddle
cái yên xe

handlebars
tay lái

wheel
bánh xe

brake
cái thắng

pedal
bàn đạp

scooter
xe tay ga

motorcycle
xe gắn máy

traffic light
đèn giao thông

stroller
xe đẩy em bé

rollerblade
giày trượt pa tin

sled
xe trượt trên tuyết

airplane
máy bay

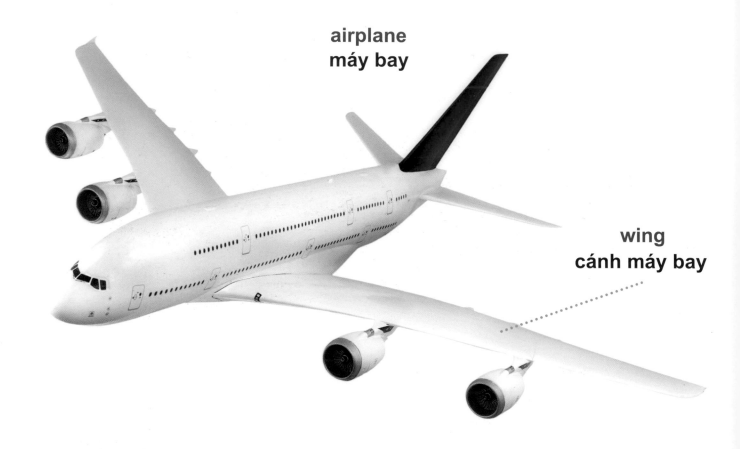

wing
cánh máy bay

helicopter
máy bay trực thăng

flight deck
phòng điều khiển máy bay

wagon
toa xe

streetcar
xe điện

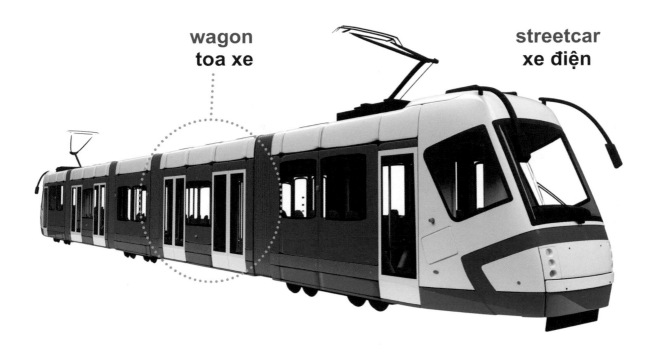

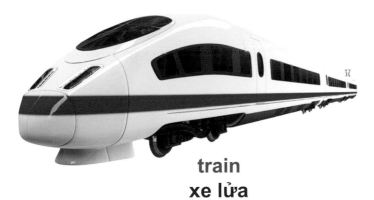

train
xe lửa

bus
xe buýt

underground
tàu điện ngầm

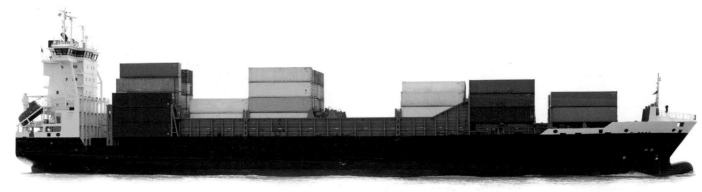

container ship
tàu chở hàng

container
công-te-nơ

cruise ship
tàu du lịch

deck
boong tàu

yacht
du thuyền

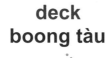

ship
con tàu

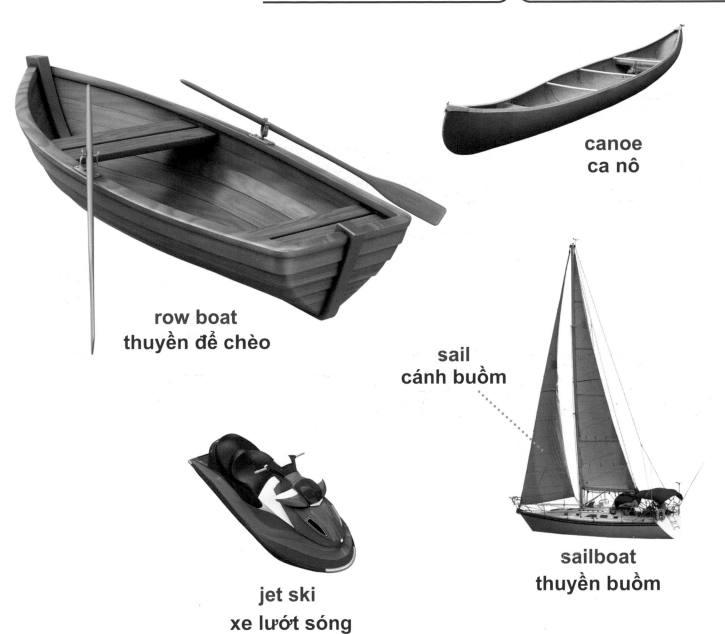

canoe
ca nô

row boat
thuyền để chèo

sail
cánh buồm

sailboat
thuyền buồm

jet ski
xe lướt sóng

submarine
tàu ngầm

airport
sân bay

passenger terminal
ga hành khách

bus stop
trạm xe buýt

crosswalk
vạch băng qua đường

sidewalk
vỉa hè

street
đường phố

road
con đường

highway
đường cao tốc

traffic
giao thông

garage
nhà để xe

gas station
trạm xăng

gas pump
máy bơm xăng

bridge
cây cầu

pier
bến tàu

port
cảng

railroad station
ga xe lửa

railroad track
đường ray xe lửa

tunnel
đường hầm

begonia
hoa thu hải đường

bud
nụ hoa

camellia
cây hoa trà

cotton
bông gòn

daisy
hoa cúc

carnation
hoa cẩm chướng

fuchsia
hoa vân anh

gardenia
hoa dành dành

geranium
hoa phong lữ

hyacinth
hoa lan dạ hương

iris
hoa irit

jonquil
hoa trường thọ

jasmine
hoa nhài

lavender
hoa oải hương

lilac
cây tử đinh hương

magnolia
hoa mộc lan

moss
rêu

narcissus
cây thủy tiên

nettle
cây tầm ma

poppy
cây anh túc

weed
cỏ dại

snapdragon
cây hoa mom chó

orchid
cây hoa lan

water lily
cây bông súng

rose
hoa hồng

tulip
hoa tu líp

snowdrop
hoa giọt tuyết

sunflower
hoa hướng dương

palm tree
cây cọ

vineyard
vườn nho

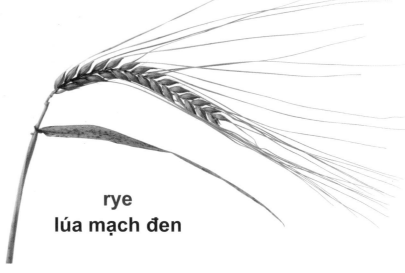

rye
lúa mạch đen

oats
yến mạch

pine cone
trái thông

wheat
lúa mì

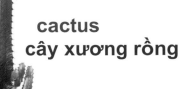

cactus
cây xương rồng

grass
cỏ

root
rễ cây

bush
bụi cây

stem
cuống cây

tree
cây

leaf
chiếc lá

petal
cánh hoa

garden
khu vườn

wood
gỗ

field
đồng ruộng

log
khúc gỗ

harvest
thu hoạch

hay
cỏ khô

beach
bãi biển

coast
bờ biển

island
ốc đảo

sand
cát

ocean
đại dương

marsh
đầm lầy

lake
hồ

river
dòng sông

pebbles
sỏi đá

stream
khe suối

waterfall
thác nước

desert
sa mạc

layer
tầng lớp

stone
đá cuội

clay
đất sét

hill
đồi núi

mountain
núi

jungle
rừng rậm

forest
khu rừng

soil
đất

cliff
vách đá

path
con đường

valley
thung lủng

cave
cái hang

rocky landscape
núi đá

rock
cục đá

coal
than

volcano
núi lửa

slope
độ dốc

avalanche
tuyết lở

snow
tuyết

frost
băng giá

icicle
trụ băng

hail
mưa đá

cloud
đám mây

lightning
sét

tornado
cơn lốc xoáy

rain
mưa

fog
sương mù

flood
lũ lụt

wind
gió

Europe
Châu Âu

North America
Bắc Mỹ

South America
Nam Mỹ

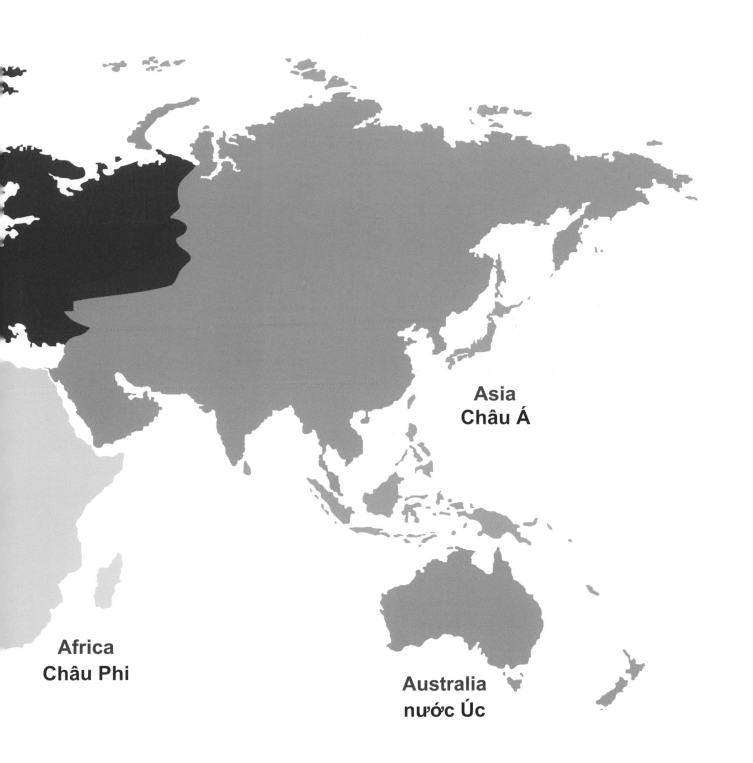

Asia
Châu Á

Africa
Châu Phi

Australia
nước Úc

Earth
Trái đất

Moon
mặt trăng

Sun
mặt trời

Saturn
sao Thổ

Venus
Sao Kim

Uranus
sao Thiên Vương

Jupiter
Sao Mộc

Mars
Sao Hỏa

Mercury
sao Thủy

Neptune
Sao Hải Vương

galaxy
thiên hà

Milky Way
dãy ngân hà

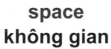

space
không gian

satellite dish
đĩa vệ tinh

astronaut
phi hành gia

space shuttle
phi thuyền không gian

space station
trạm không gian

canal
con kênh

dam
cái đập nước

wave
sóng

watermill
cối xay nước

countryside
nhà quê

mud
bùn

puddle
vũng nước nhỏ

disaster
thiên tai

earthquake
động đất

fire
lửa

flame
ngọn lửa

ember
than hồng

fossil
hóa thạch

American football
bóng bầu dục Mỹ

archery
thuật bắn cung

athletics
vận động viên thể thao

badminton
cầu lông

cricket
môn thể thao cri-kê

weightlifting
cử tạ

cycling
đạp xe

basketball
bóng rổ

diving
lặn

baseball
bóng chày

hand gliding
tàu lượn

judo
môn võ ju-đô

taekwondo
môn võ taekwondo

wrestling
đấu vật

fencing
môn đánh kiếm

handball
môn bóng ném

golf
môn thể thao gôn

high jump
nhảy cao

hurdles
chạy đua vượt rào

horse racing
đua ngựa

horse riding
cưỡi ngựa

javelin
môn thể thao ném lao

mountaineering
leo núi

marathon
chạy việt dã

volleyball
bóng chuyền

rafting
môn chèo bè

rowing
chèo thuyền

sailing
đi thuyền buồm

water skiing
trượt nước

skiing
trượt tuyết

snowboarding
trượt tuyết bằng ván

ice hockey
môn khúc côn cầu

speed skating
trượt băng tốc độ

soccer
bóng đá

stadium
sân vận động

table tennis
bóng bàn

tennis
tennis

swimming pool
hồ bơi

swimming
bơi

water polo
thủy cầu

compass
cái la bàn

sleeping bag
túi ngủ

stopwatch
đồng hồ bấm giờ

tent
lều

canvas
tấm vải bạt

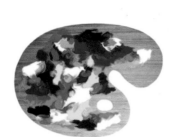

palette
bảng màu

picture
bức tranh

picture frame
khung hình

easel
cái giá bằng

bust
tượng nửa thân

statue
bức tượng

DONATELLO

audience
khán giả

auditorium
khán đài

ballet
ba lê

cinema
rạp chiếu phim

concert
buổi hòa nhạc

museum
bảo tàng

orchestra
dàn nhạc

theater
nhà hát

stage
sân khấu

mandolin
đàn măng-đô-lin

acoustic guitar
đàn ghi ta thùng

banjo
đàn băng-giô

electric guitar
ghi ta điện

balalaika
đàn ba-la-lai-ca

harp
đàn hạc

accordion
đàn xếp

piano
đàn dương cầm

harmonica
kèn ác-mô-ni-ca

bagpipes
kèn túi

bassoon
kèn fagôt

clarinet
kèn cla-ri-nét

flute
sáo thổi

oboe
kèn ô-boa

saxophone
kèn saxophone

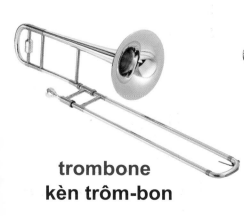

trombone
kèn trôm-bon

trumpet
kèn hơi

tuba
kèn tuba

111

**bass drum
trống bass**

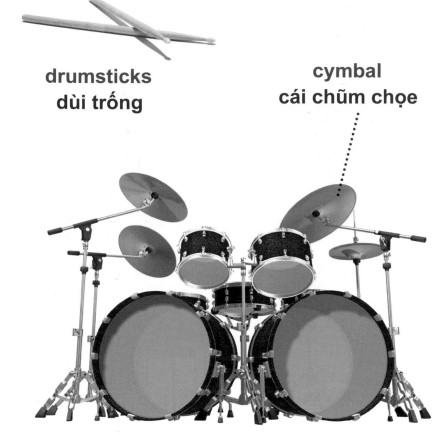

**drumsticks
dùi trống**

**cymbal
cái chũm chọe**

**drum kit
bộ trống**

**tambourine
trống nhỏ**

**snare drum
trống có dây mặt trống**

**timpani
bộ trống một mặt
trong dàn nhạc**

cello
đàn vi-ô-lông-xen

violin
đàn vĩ cầm

double bass
công-trơ-bát

music stand
giá để bản nhạc

metronome
máy đếm nhịp

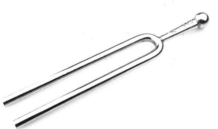

tuning fork
que điều chỉnh âm vực

minute hand
kim chỉ phút

hour hand
kim chỉ giờ

second hand
kim chỉ giây

one o'clock
một giờ

quarter past one
một giờ mười lăm

half past one
một giờ rưỡi

quarter to two
hai giờ kém mười lăm

week
tuần

2013

year
năm

January
Sun	Mon	Tue	Wed	Thu	Fri	Sat
30	31	1	2	3	4	5
6	7	8	9	10	11	12
13	14	15	16	17	18	19
20	21	22	23	24	25	26
27	28	29	30	31	1	2
3	4	5	6	7	8	9

February
Sun	Mon	Tue	Wed	Thu	Fri	Sat
27	28	29	30	31	1	2
3	4	5	6	7	8	9
10	11	12	13	14	15	16
17	18	19	20	21	22	23
24	25	26	27	28	1	2
3	4	5	6	7	8	9

March
Sun	Mon	Tue	Wed	Thu	Fri	Sat
24	25	26	27	28	1	2
3	4	5	6	7	8	9
10	11	12	13	14	15	16
17	18	19	20	21	22	23
24	25	26	27	28	29	30
31	1	2	3	4	5	6

April
Sun	Mon	Tue	Wed	Thu	Fri	Sat
31	1	2	3	4	5	6
7	8	9	10	11	12	13
14	15	16	17	18	19	20
21	22	23	24	25	26	27
28	29	30	1	2	3	4
5	6	7	8	9	10	11

May
Sun	Mon	Tue	Wed	Thu	Fri	Sat
28	29	30	1	2	3	4
5	6	7	8	9	10	11
12	13	14	15	16	17	18
19	20	21	22	23	24	25
26	27	28	29	30	31	1
2	3	4	5	6	7	8

June
Sun	Mon	Tue	Wed	Thu	Fri	Sat
26	27	28	29	30	31	1
2	3	4	5	6	7	8
9	10	11	12	13	14	15
16	17	18	19	20	21	22
23	24	25	26	27	28	29
30	1	2	3	4	5	6

month
tháng

fortnight
hai tuần

July
Sun	Mon	Tue	Wed	Thu	Fri	Sat
30	1	2	3	4	5	6
7	8	9	10	11	12	13
14	15	16	17	18	19	20
21	22	23	24	25	26	27
28	29	30	31	1	2	3
4	5	6	7	8	9	10

August
Sun	Mon	Tue	Wed	Thu	Fri	Sat
28	29	30	31	1	2	3
4	5	6	7	8	9	10
11	12	13	14	15	16	17
18	19	20	21	22	23	24
25	26	27	28	29	30	31
1	2	3	4	5	6	7

September
Sun	Mon	Tue	Wed	Thu	Fri	Sat
1	2	3	4	5	6	7
8	9	10	11	12	13	14
15	16	17	18	19	20	21
22	23	24	25	26	27	28
29	30	1	2	3	4	5
6	7	8	9	10	11	12

October
Sun	Mon	Tue	Wed	Thu	Fri	Sat
29	30	1	2	3	4	5
6	7	8	9	10	11	12
13	14	15	16	17	18	19
20	21	22	23	24	25	26
27	28	29	30	31	1	2
3	4	5	6	7	8	9

November
Sun	Mon	Tue	Wed	Thu	Fri	Sat
27	28	29	30	31	1	2
3	4	5	6	7	8	9
10	11	12	13	14	15	16
17	18	19	20	21	22	23
24	25	26	27	28	29	30
1	2	3	4	5	6	7

December
Sun	Mon	Tue	Wed	Thu	Fri	Sat
1	2	3	4	5	6	7
8	9	10	11	12	13	14
15	16	17	18	19	20	21
22	23	24	25	26	27	28
29	30	31	1	2	3	4
5	6	7	8	9	10	11

decade
thập kỷ

century
thế kỷ

1000 YEARS
millennium
thiên niên kỷ

spring
mùa xuân

summer
mùa hè

fall
mùa thu

winter
mùa đông

sunrise
lúc bình minh

dawn
bình minh

dusk
hoàng hôn

evening
buổi tối

night
đêm

midnight
nửa đêm

classroom
lớp học

library
thư viện

desk
cái bàn

blackboard
bảng đen

playground
sân chơi

lesson
bài học

sandpit
hố cát

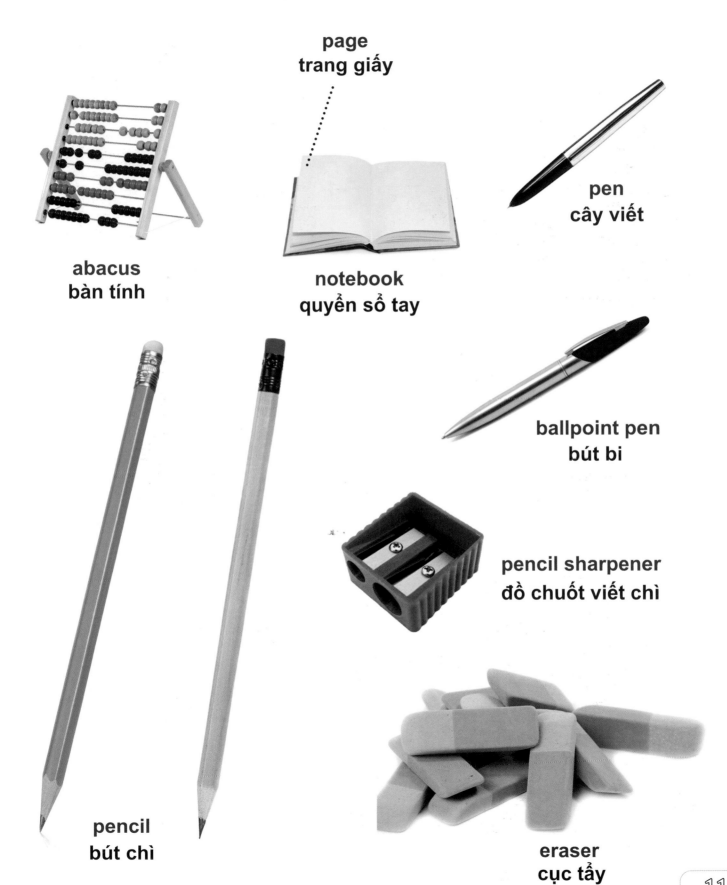

page
trang giấy

pen
cây viết

abacus
bàn tính

notebook
quyển sổ tay

ballpoint pen
bút bi

pencil sharpener
đồ chuốt viết chì

pencil
bút chì

eraser
cục tẩy

chalk
viên phấn

crayons
bút màu sáp

magnet
nam châm

magnifying glass
kính lúp

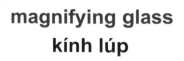

ruler
cây thước đo

scissors
cái kéo

pushpin
ghim kẹp giấy

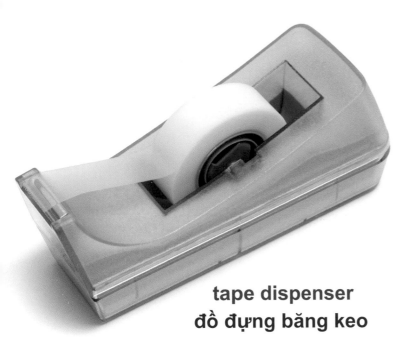

tape dispenser
đồ đựng băng keo

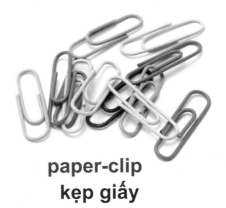

paper-clip
kẹp giấy

globe
quả địa cầu

telescope
kính thiên văn

microscope
kính hiển vi

121

ball
trái banh

chess set
cờ

cardboard box
hộp bìa cứng

calculator
máy tính

envelope
phong bì

letters
lá thư

encyclopedia
bách khoa toàn thư

stamp
con tem

ink
mực

hole puncher
máy đục lỗ

rubber stamp
con dấu bằng cao su

staple remover
dụng cụ gỡ kim bấm

stapler
đồ bấm kim

staples
kim bấm

waste basket
giỏ rác

whistle
cái còi

writing pad
bảng kê giấys

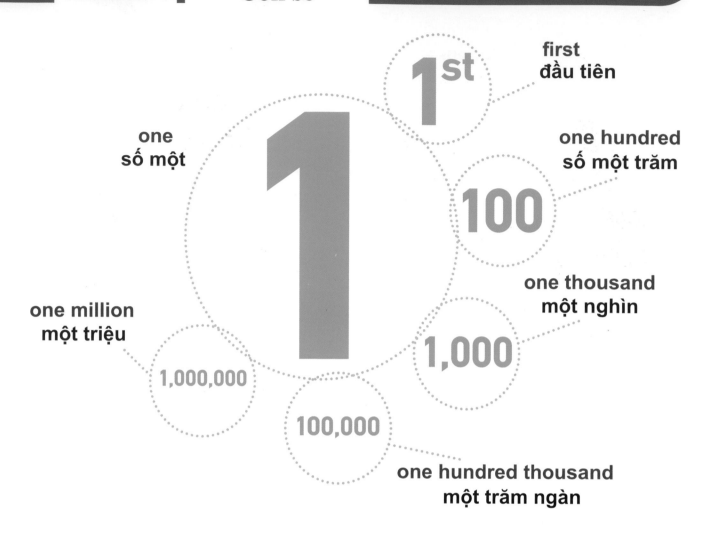

first
đầu tiên

1st

one
số một

one hundred
số một trăm

100

one thousand
một nghìn

one million
một triệu

1,000

1,000,000

100,000

one hundred thousand
một trăm ngàn

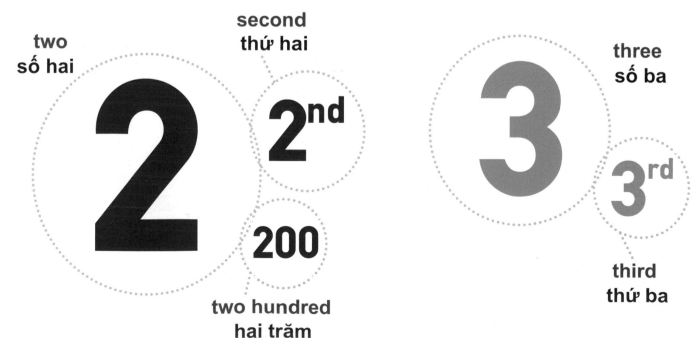

second
thứ hai

two
số hai

2nd

three
số ba

2

3

3rd

200

two hundred
hai trăm

third
thứ ba

four
số bốn

fourth
thứ tư

4th

five
số năm

5th

fifth
thứ năm

six
số sáu

sixth
thứ sáu

6th

seven
số bảy

7th

seventh
thứ bảy

eight
số tám

eighth
thứ tám

8th

9

9th

nine
số chín

ninth
thứ chín

ten
số mười

tenth
thứ mười

10

10th

10,000

ten thousand
mười ngàn

11

11th

eleven
số mười một

eleventh
thứ mười một

twelve
số mười hai

12

12th

twelfth
thứ mười hai

13

13th

thirteenth
thứ mười ba

thirteen
số mười ba

**fourteen
số mười bốn**

14 14th

**fourteenth
thứ mười bốn**

**fifteen
số mười lăm**

15 15th

**fifteenth
thứ mười lăm**

**sixteen
mười sáu**

16 16th

**sixteenth
thứ mười sáu**

17 17th

**seventeenth
thứ mười bảy**

**seventeen
số mười bảy**

**eighteen
số mười tám**

18 18th

**eighteenth
thứ mười tám**

**nineteen
số mười chín**

19 19th

**nineteenth
thứ mười chín**

20

20th

twentieth
thứ hai mươi

twenty
số hai mươi

21

twenty-one
số hai mươi mốt

21st

twenty-first
thứ hai mươi mốt

30

thirty
số ba mươi

31

thirty-one
số ba mươi mốt

40

forty
số bốn mươi

41

forty-one
số bốn mươi mốt

50

fifty
số năm mươi

51

fifty-one
số năm mươi mốt

60
sixty
số sáu mươi

61
sixty-one
số sáu mươi mốt

70
seventy
số bảy mươi

71
seventy-one
số bảy mươi mốt

80
eighty
số tám mươi

81
eighty-one
số tám mươi mốt

90
ninety
số chín mươi

91
ninety-one
số chín mươi mốt

0
zero
con số không

circle
vòng tròn

sphere
hình cầu

cone
hình nón

semicircle
bán nguyệt

hemisphere
bán cầu

square
hình vuông

rectangle
hình chữ nhật

cylinder
xi lanh

octagon
hình tám cạnh

pentagon
hình ngủ giác

hexagon
hình sáu cạnh

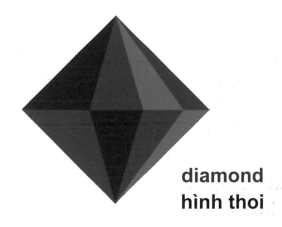

diamond
hình thoi

star
ngôi sao

kite
hình tứ giác

triangle
tam giác

pyramid
kim tự tháp

brown
màu nâu

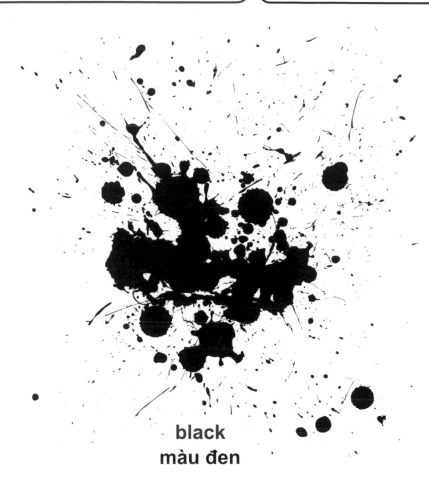

black
màu đen

green
màu xanh lá cây

gray
màu xám

yellow
màu vàng

blue
màu xanh da trời

pink
màu hồng

white
màu trắng

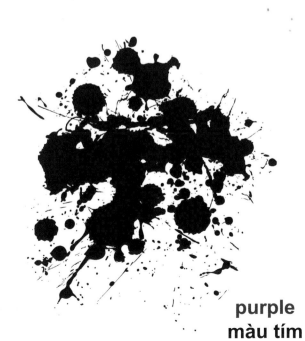

purple
màu tím

red
màu đỏ

133

It's
apostrophe
dấu phết cao

near,
comma
dấu phẩy

look:
colon
dấu hai chấm

-around-
dash
dấu gạch ngang

the...
ellipsis
dấu chấm lửng …

clock!
exclamation mark
dấu chấm than

really?
question mark
dấu chấm hỏi

"he said"
quotation marks
dấu ngoặc kép

Yes.
period
dấu chấm

(almost)
parentheses
dấu ngoặc đơn

done;
semicolon
dấu chấm phẩy

'sir'
single quotation marks
dấu móc đơn

$3+1$

plus sign
dấu cộng

$\sqrt{16}$

square root of
căn bậc hai của

$7-3$

minus sign
dấu trừ

25%

percent
phần trăm

2×2

multiplication sign
dấu nhân

$=4$

equal sign
dấu bằng

$8\div2$

division sign
dấu chia

earth & space

ampersand
ký hiệu "và"

He/She

forward slash
dấu gạch chéo

html\n

backslash
dấu gạch chéo
ngược

info@milet.com

at sign
dấu a vòng @

Index   Chỉ số

A abacus 119 bàn tính
accordion 110 đàn xếp
acoustic guitar 110 đàn ghi ta thùng
adjustable wrench 48 chìa vặn đai ốc
Africa 97 Châu Phi
air conditioner 24 máy điều hòa không khí
airplane 76 máy bay
airport 80 sân bay
almond 64 hạt hạnh nhân
ambulance 74 xe cấp cứu
American football 102 bóng bầu dục Mỹ
ampersand 134 ký hiệu "và"
ankle 23 mắt cá chân
answering machine 52 máy trả lời điện thoại
ant 10 con kiến
apostrophe 134 dấu phết cao
apple 55 trái táo
apricot 55 trái mơ
archery 102 thuật bắn cung
arm 21 cánh tay
armchair 25 ghế bành
armpit 21 nách
artichoke 60 a-ti-sô
Asia 97 Châu Á
asparagus 60 măng tây
astronaut 99 phi hành gia
at sign 135 dấu a vòng @
athletics 102 vận động viên thể thao
attic 24 gác xếp
aubergine 60 cà tím
audience 109 khán giả
auditorium 109 khán đài
Australia 97 nước Úc
avalanche 94 tuyết lở
avocado 55 trái bơ
axe 51 cái rìu
B backpack 43 ba lô
backslash 135 dấu gạch chéo ngược
badge 43 thẻ tên
badminton 102 cầu lông
bagpipes 111 kèn túi
balalaika 110 đàn ba-la-lai-ca
ball 122 trái banh
ballet 109 ba lê
ballpoint pen 119 bút bi
banana 55 trái chuối
banjo 110 đàn băng-giô
barn 7 nhà kho thóc lúa
baseball 103 bóng chày
basket 32 cái rô
basketball 103 bóng rỗ
bass drum 112 trống bass
bassoon 111 kèn fagôt
bat 16 con dơi
bathrobe 38 áo tắm
bathroom 27 phòng tắm
bathtub 27 buồng tắm
battery 49 pin
beach 89 bãi biển
beak 4 mỏ chim

beans 66 hạt đậu
bear 16 con gấu
bed 26 cái giường
bedroom 26 phòng ngủ
bedside lamp 34 đèn ngủ
bee 11 con ong ong
beehive 11 tổ ong ong
beetle 10 con bọ cánh cứng
begonia 82 hoa thu hải đường
belt 40 dây nịch
beret 40 nón bê rê
bicycle 75 xe đạp
black 132 màu đen
black pepper 68 hạt tiêu
blackberry 55 dâu đen
blackboard 118 bảng đen
blanket 26 cái mền
blender 36 máy xay sinh tố
blouse 39 áo kiểu
blue 133 màu xanh da trời
blueberry 55 dâu xanh
boots 41 ủng
bottle 30 chai
bow tie 40 cà-vạt nơ
bowl 29 cái tô
box 32 cái hộp
bracelet 42 vòng đeo tay
brake 75 cái thắng
bread 52 bánh mì
breakfast 69 bữa ăn sáng
bridge 81 cây cầu
briefcase 43 cặp táp
broccoli 60 bông cải xanh
broom 32 cây chổi
brown 132 màu nâu
bucket 32 cái xô
bud 82 nụ hoa
bull 7 con bò
bulldozer 74 xe ủi đất
burger 63 bánh mì kẹp
burner 31 bếp nấu
bus 77 xe buýt
bus stop 80 trạm xe buýt
bush 87 bụi cây
bust 108 tượng nửa thân
butter 70 bơ
butterfly 10 con bươm bướm
button 44 chiếc nút
C cabbage 60 bắp cải
cabinet 28 tủ đựng đồ
cable 53 dây cáp
cactus 87 cây xương rồng
cage 4 cái lồng chim
cake 63 cái bánh
calculator 122 máy tính
calf 7 con bê
calf 23 bắp chân
camel 9 con lạc đà
camellia 82 cây hoa trà
camper van 73 xe đi cắm trại

canal	100	con kênh
candies	69	chiếc kẹo
candle	32	ngọn nến
canned food	67	đồ hộp
canoe	79	ca nô
canvas	108	tấm vải bạt
cap	40	nón cap
car	72	xe hơi
car battery	49	bình ắc qui xe hơi
cardboard box	122	hộp bìa cứng
cardigan	39	áo len
carnation	82	hoa cẩm chướng
carpet	25	thảm
carrot	58	cà rốt
cat	7	con mèo
caterpillar	10	con sâu bướm
cauliflower	60	bông cải
cave	93	cái hang
ceiling	25	trần nhà
ceiling fan	34	quạt trần
celery	61	cần tây
cello	113	đàn vi-ô-lông-xen
century	115	thế kỷ
chain	50	dây xích
chair	28	chiếc ghế
chalk	120	viên phấn
chameleon	12	con tắc kè hoa
chandelier	34	đèn treo
checkout	54	trả tiền
cheek	22	gò má
cheese	70	phô mai
cherry	55	trái sơ ri
chess set	122	cờ
chest	21	ngực
chestnut	64	hạt dẻ
chick	8	gà con
chicken	65	thịt gà
chili pepper	58	ớt
chimney	24	ống khói
chimpanzee	17	con tinh tinh
chin	22	cái cằm
chip	52	con chip bán dẫn
chisel	51	cái dùi đục
chocolate	69	sô cô la
chocolate chip cookie	62	sô cô la chip cookie
cinema	109	rạp chiếu phim
circle	130	vòng tròn
clarinet	111	kèn cla-ri-nét
classroom	118	lớp học
claw	4	móng vuốt
clay	91	đất sét
cliff	92	vách đá
clock	32	đồng hồ
cloth	44	giẻ lau
clothes brush	44	bàn chải quần áo
clothes hanger	44	móc treo quần áo
clothes peg	32	kẹp phơi đồ
cloud	94	đám mây
coal	93	than
coast	89	bờ biển
cobweb	11	mạng nhện
coconut	57	trái dừa
cocoon	10	cái kén tằm
coffee	71	cà phê
collar	8	vòng cổ cho chó
colon	134	dấu hai chấm
comb	45	cái lược
combination wrenches	48	cái chìa vặn đai ốc
comforter	26	cái mền lông vịt
comma	134	dấu phẩy
compass	107	cái la bàn
computer	52	máy vi tính
concert	109	buổi hòa nhạc
cone	130	hình nón
container	78	công-te-nơ
container ship	78	tàu chở hàng
cookie	62	bánh cookie
coral	15	san hô
corn	58	ngô
corncob	58	trái bắp
cotton	82	bông gòn
countryside	100	nhà quê
cow	7	con bò sữa
crab	14	con cua
crackers	62	bánh tây giòn
crayfish	14	con tôm càng
crayons	120	bút màu sáp
cream	70	kem
crest	8	mào gà
cricket	10	con dế
cricket	102	môn thể thao cri-kê
crocodile	12	con cá sấu
crosswalk	80	vạch băng qua đường
crow	4	con quạ
cruise ship	78	tàu du lịch
cub	18	con sư tử con
cucumber	59	dưa leo
curtain	25	rèm cửa
cushion	25	cái gối sa lông
cutting board	31	cái thớt
cycling	102	đạp xe
cylinder	130	xi lanh
cymbal	112	cái chũm chọe
D daisy	82	hoa cúc
dam	100	cái đập nước
dash	134	dấu gạch ngang
dawn	117	bình minh
decade	115	thập kỷ
deck	78	boong tàu
deep fryer	35	chảo chiên
deer	19	con nai
desert	91	sa mạc
desk	118	cái bàn
desk lamp	34	đèn bàn
dessert	69	món tráng miệng
diamond	42	kim cương
diamond	131	hình thoi
digger truck	74	xe đào đất
dill	61	rau thì là
dining table	28	cái bàn ăn

disaster	101	thiên tai
dishwasher	37	máy rửa chén
diving	103	lặn
division sign	135	dấu chia
dog	7	con chó
doghouse	7	nhà cho chó ở
dolphin	14	con cá heo
donkey	9	con lừa
door	24	cửa
door handle	36	cái tay cầm ở cửa
doorbell	36	chuông cửa
doormat	33	đệm chùi chân
double bass	113	công-trơ-bát
dragonfly	10	con chuồn chuồn
dress	38	áo đầm
drill bit	49	mũi khoan
drum kit	112	bộ trống
drumsticks	112	dùi trống
duck	8	con vịt
dump truck	73	xe thùng đổ rác
dusk	117	hoàng hôn
E eagle	4	con chim đại bàng
ear	22	lỗ tai
earphones	53	tai nghe
earrings	42	bông tai
Earth	98	Trái đất
earthquake	101	động đất
earthworm	13	con giun đất
easel	108	cái giá bằng
egg	4	quả trứng
egg	66	quả trứng
eight	125	số tám
eighteen	127	số mười tám
eighteenth	127	thứ mười tám
eighth	125	thứ tám
eighty	129	số tám mươi
eighty-one	129	số tám mươi mốt
elbow	23	khuỷu tay
electric cooker	35	bếp điện
electric drill	49	khoan điện
electric guitar	110	ghi ta điện
electric razor	46	dao cạo râu điện
electrical outlet	36	ổ cắm điện
elephant	16	con voi
eleven	126	số mười một
eleventh	126	thứ mười một
ellipsis	134	dấu chấm lửng …
ember	101	than hồng
emerald	42	màu xanh cẩm thạch
encyclopedia	122	bách khoa toàn thư
engine	72	động cơ
envelope	122	phong bì
equal sign	135	dấu bằng
eraser	119	cục tẩy
Europe	96	Châu Âu
evening	117	buổi tối
exclamation mark	134	dấu chấm than
eye	22	con mắt
eye glasses	45	mắt kính
eyebrow	22	lông mày
eyelashes	22	lông mi
eyelid	22	mí mắt
F face	22	khuôn mặt
falcon	4	con chim ưng
fall	116	mùa thu
faucet	31	vòi nước
fawn	19	con hươu con
feather	4	lông chim
fencing	104	môn đánh kiếm
fender	72	đệm chắn xe
field	88	đồng ruộng
fifteen	127	số mười lăm
fifteenth	127	thứ mười lăm
fifth	125	thứ năm
fifty	128	số năm mươi
fifty-one	128	số năm mươi mốt
fingerprint	23	dấu vân tay
fire	101	lửa
fire extinguisher	50	bình chữa lửa
fire truck	74	xe cứu hỏa
fireplace	25	lò sưởi
first	124	đầu tiên
fish	14	con cá
fish	65	món cá
five	125	số năm
flame	101	ngọn lửa
flamingo	4	con chim hồng hạc
flight deck	76	phòng điều khiển máy bay
flip-flops	41	dép xỏ ngón
flood	95	lũ lụt
floor	25	sàn
floor lamp	34	đèn để sàn
flour	62	bột
flowerpot	33	bình trồng hoa
flute	111	sáo thổi
fly	11	con ruồi
fog	95	sương mù
folding chair	25	ghế xếp
food processor	36	máy chế biến thức ăn
foot	21	bàn chân
footprint	21	dấu chân
forehead	21	trán
forest	92	khu rừng
fork	30	cái nĩa
forklift	74	xe nâng
fortnight	115	hai tuần
forty	128	số bốn mươi
forty-one	128	số bốn mươi mốt
forward slash	135	dấu gạch chéo
fossil	101	hóa thạch
foulard	40	khăn lụa mỏng
four	125	số bốn
fourteen	127	số mười bốn
fourteenth	127	thứ mười bốn
fourth	125	thứ tư
fox	17	con cáo
French fries	68	khoai tây chiên
frog	12	con ếch
frost	94	băng giá
fruit juice	71	nước ép trái cây

frying pan	29	cái chảo
fuchsia	82	hoa vân anh
G galaxy	99	thiên hà
garage	81	nhà để xe
garden	88	khu vườn
gardenia	83	hoa dành dành
garlic	58	củ tỏi
gas cap	72	nắp đậy bình xăng
gas lighter	47	bật lửa cho bếp ga
gas pump	81	máy bơm xăng
gas station	81	trạm xăng
geranium	83	hoa phong lữ
giraffe	17	con hươu cao cổ
glass	30	cái ly
globe	121	quả địa cầu
glove	40	găng tay
goat	9	con dê
golf	104	môn thể thao gôn
goose	8	con ngỗng
gorilla	17	con khỉ đột
grape	56	trái nho
grapefruit	56	trái bưởi
grass	87	cỏ
grasshopper	10	con châu chấu
gray	132	màu xám
green	132	màu xanh lá cây
green bean	59	đậu xanh
ground beef	65	thịt bò xay
ground floor	24	tầng trệt
gull	5	con chim hải âu
H hail	94	mưa đá
hair	22	tóc
hair dryer	45	máy sấy tóc
hairbrush	45	lược chải đầu
hairpin	45	kẹp tóc
half past one	114	một giờ rưỡi
hammer	49	cái búa
hand	21	bàn tay
hand gliding	103	tàu lượn
handball	104	môn bóng ném
handlebars	75	tay lái
handsaw	51	cái cưa
harmonica	110	kèn ác-mô-ni-ca
harp	110	đàn hạc
harvest	88	thu hoạch
hat	40	cái nón
hawk	5	con chim diều hâu
hay	88	cỏ khô
hazelnut	64	hạt dẻ
head	21	cái đầu
headlight	72	đèn pha
hedgehog	20	con nhím
heel	23	gót chân
heel	41	đế giày
helicopter	76	máy bay trực thăng
hemisphere	130	bán cầu
hen	8	con gà mái
heron	5	con diệc
hexagon	131	hình sáu cạnh
high jump	104	nhảy cao
highway	80	đường cao tốc
hill	91	đồi núi
hip	23	hông
hippopotamus	19	con hà mã
hole puncher	123	máy đục lỗ
honey	97	mật ong
hood	72	nắp chống xước cho xe hơi
hoof	9	móng guốc
horn	19	cái sừng
horse	9	con ngựa
horse racing	104	đua ngựa
horse riding	104	cưỡi ngựa
hose	51	cái vòi nước
hour hand	114	kim chỉ giờ
house	24	cái nhà
hurdles	104	chạy đua vượt rào
hyacinth	83	hoa lan dạ hương
I ice cream	69	kem
ice cube	71	đá hình lập phương
ice hockey	106	môn khúc côn cầu
icicle	94	trụ băng
iguana	12	con cự đà
index finger	23	ngón trỏ
ink	31	mực
iris	83	hoa irit
iron	37	bàn là quần áo
ironing board	33	bàn để là quần áo
island	89	ốc đảo
J jar	30	cái hủ
jasmine	83	hoa nhài
javelin	105	môn thể thao ném lao
jeans	39	quần jean
jellyfish	14	con sứa
jerrycan	33	can chứa chất lỏng
jet ski	79	xe lướt sóng
jewellery	42	đồ trang sức
jonquil	83	hoa trường thọ
judo	103	môn võ ju-đô
jug	30	cái bình (có tay cầm và vòi)
juice extractor	31	máy ép nước trái cây
jumpsuit	38	áo liền thân
jungle	92	rừng rậm
Jupiter	98	Sao Mộc
K kangaroo	18	con chuột túi
key	47	chìa khóa
keyboard	52	bàn phím
kitchen	29	nhà bếp
kite	131	hình tứ giác
kitten	7	con mèo con
kiwi	56	trái kiwi
knee	21	đầu gối
knife	30	con dao
koala	16	con gấu túi
L ladder	50	cái thang
ladybird	11	con bọ rùa
lake	90	hồ
lamb	9	con cừu
lamp	34	cái đèn
lavender	83	hoa oải hương
layer	91	tầng lớp

Index | Chỉ số

leaf	87	chiếc lá
leek	61	tỏi tây
leg	21	cái chân
lemon	58	quả chanh
lemonade	71	nước chanh
lentils	66	đậu lăng
leopard	18	con beo
lesson	118	bài học
letters	122	lá thư
lettuce	61	rau diếp
library	118	thư viện
lightning	95	sét
lilac	84	cây tử đinh hương
lion	18	con sư tử
lip	22	môi
little finger	23	ngón tay út
living room	25	phòng khách
lizard	12	con thằn lằn
llama	18	con lạc đà không bướu
lobster	14	con tôm hùm
log	88	khúc gỗ
long-nose pliers	48	kềm mũi dài
lovebird	5	con vẹt xanh
M magnet	120	nam châm
magnifying glass	120	kính lúp
magnolia	84	hoa mộc lan
mallet	49	búa gỗ
mandarin	56	trái quýt
mandolin	110	đàn măng-đô-lin
mane	18	cái bờm ngựa
mango	57	trái xoài
manicure set	46	bộ đồ làm móng tay
marathon	105	chạy việt dã
market	54	cái chợ
marrow	60	tủy
Mars	98	Sao Hỏa
marsh	90	đầm lầy
matchbox	47	bao diêm quẹt
matchsticks	47	que diêm
melon	56	dưa gang
Mercury	98	sao Thủy
metronome	113	máy đếm nhịp
microphone	53	cái mic-cro
microscope	121	kính hiển vi
microwave oven	35	Lò vi sóng
middle finger	23	ngón tay giữa
midnight	117	nửa đêm
milk	70	sữa
Milky Way	99	dãy ngân hà
millennium	115	thiên niên kỷ
minivan	73	xe hơi nhỏ
mint	61	bạc hà
minus sign	135	dấu trừ
minute hand	114	kim chỉ phút
mirror	27	gương soi
mole	20	con chuột chũi
mole wrench	48	kềm mỏ lếch
monitor	52	màn hình
monkey	17	con khỉ
month	115	tháng
Moon	98	mặt trăng
mop	33	cây lau nhà
mosquito	11	con muỗi
moss	84	rêu
moth	10	con sâu bướm
motorcycle	75	xe gắn máy
mountain	91	núi
mountaineering	105	leo núi
mouse	20	con chuột
mouth	22	cái miệng
mud	100	bùn
multiplication sign	135	dấu nhân
museum	109	bảo tàng
mushroom	58	nấm
music stand	113	giá để bản nhạc
N nail	49	cái đinh
nail clippers	46	đồ cắt móng tay
nail file	46	bộ đồ giũa
narcissus	84	cây thủy tiên
navel	23	rốn
neck	22	cổ
necklace	42	vòng đeo cổ
Neptune	98	Sao Hải Vương
nest	5	cái tổ chim
nettle	84	cây tầm ma
newspaper	53	tờ báo
newt	12	con sa giông
night	117	đêm
nine	126	số chín
nineteen	127	số mười chín
nineteenth	127	thứ mười chín
ninety	129	số chín mươi
ninety-one	129	số chín mươi mốt
ninth	125	thứ chín
North America	96	Bắc Mỹ
nose	22	cái mũi
notebook	119	quyển sổ tay
nut	48	con ốc vít
O oats	86	yến mạch
oboe	111	kèn ô-boa
ocean	89	đại dương
octagon	131	hình bát giác; hình tám cạnh
octopus	14	con bạch tuộc
oil	67	dầu
okra	59	đậu bắp
olive	67	ô liu
olive oil	67	dầu ôliu
one	124	số một
one hundred	124	số một trăm
one hundred thousand	124	một trăm ngàn
one million	124	một triệu
one o'clock	114	một giờ
one thousand	124	một nghìn
onion	59	củ hành tây
open ended wrench	48	kềm có hai đầu
orange	56	trái cam
orange juice	71	nước cam
orchestra	109	dàn nhạc
orchid	85	cây hoa lan
ostrich	5	con đà điểu

otter	20	con rái cá
oven	35	lò nướng
owl	5	con cú
P padlock	50	cái khóa
page	119	trang giấy
palette	108	bảng màu
palm	21	lòng bàn tay
palm tree	86	cây cọ
pancakes	63	bánh kếp
panda	19	con gấu trúc
paper-clip	121	kẹp giấy
parentheses	134	dấu ngoặc đơn
parrot	5	con két
parsley	61	rau mùi tây
passenger terminal	80	ga hành khách
passport	43	hộ chiếu
pasta	66	mì ống
path	92	con đường
peach	56	trái đào
peacock	5	con công
peanut	64	đậu phộng
pear	57	trái lê
peas	59	đậu Hà Lan
pebbles	90	sỏi đá
pedal	75	bàn đạp
pelican	6	con bồ nông
pen	119	cây viết
pencil	119	bút chì
pencil sharpener	119	đồ chuốt viết chì
penguin	15	con chim cánh cụt
pentagon	131	hình ngũ giác
pepper	58	trái ớt tây
percent	135	phần trăm
perfume	45	nước hoa
period	134	dấu chấm
pet	9	con vật cưng nuôi trong nhà
petal	87	cánh hoa
piano	110	đàn dương cầm
pickax	51	cái đục
pickup truck	73	xe chở hàng
picture	108	bức tranh
picture frame	108	khung hình
pie	63	bánh nướng
pier	81	bến tàu
pig	9	con heo
pigeon	6	con chim bồ câu
pillow	26	cái gối
pine cone	86	trái thông
pineapple	57	trái thơm
pink	133	màu hồng
pins	47	ghim
pistachio	64	quả hồ trăn
pizza	63	pizza
plate	30	cái dĩa
playground	118	sân chơi
plug	50	chui cắm điện
plum	57	trái mận
plumbing	27	hệ thống ống nước
plus sign	135	dấu cộng
pocket	38	túi
polar bear	16	con gấu bắc cực
police car	74	xe cảnh sát
pomegranate	57	trái lựu
popcorn	69	bắp rang
poppy	84	cây anh túc
port	81	cảng
pot	29	cái nồi
potato	59	khoai tây
pressure cooker	29	nồi áp suất
printer	52	máy in
puddle	100	vũng nước nhỏ
pumpkin	59	bí đỏ
puppy	7	con chó con
purple	133	màu tím
purse	43	cái ví
pushpin	121	ghim kẹp giấy
pyramid	131	kim tự tháp
Q quarter past one	114	một giờ mười lăm
quarter to two	114	hai giờ kém mười lăm
question mark	135	dấu chấm hỏi
quince	57	trái mộc qua
quotation marks	134	dấu ngoặc kép
R rabbit	20	con thỏ
raccoon	16	con gấu trúc Mỹ
race car	74	xe đua
radiator	34	máy sưởi
radio	53	radio
radish	61	củ cải trắng
rafting	105	môn chèo bè
railroad station	81	ga xe lửa
railroad track	81	đường ray xe lửa
rain	95	mưa
rake	51	cái cào
raspberry	55	cây mâm xôi
rat	20	con chuột
razor	46	dao cạo
rectangle	130	hình chữ nhật
red	133	màu đỏ
reel	44	cuộn chỉ
refrigerator	29	tủ lạnh
restaurant	54	nhà hàng
rhinoceros	19	con tê giác
ribbon	44	ruy băng
rice	66	gạo
ring	42	nhẫn
ring finger	23	ngón tay đeo nhẫn
river	90	dòng sông
road	80	con đường
robin	4	chim cổ đỏ
rock	93	cục đá
rocking chair	25	ghế đu
rocky landscape	93	núi đá
rollerblade	75	giày trượt pa tin
roof	24	mái nhà
room	25	căn phòng
rooster	8	con gà trống
root	87	rễ cây
rope	51	dây thừng
rose	85	hoa hồng
row boat	79	thuyền để chèo

Index Chỉ số

rowing	105	chèo thuyền
rubber stamp	123	con dấu bằng cao su
ruby	42	hồng ngọc
rug	26	thảm trải sàn
ruler	120	cây thước đo
rye	86	lúa mạch đen
S — sack	33	cái bao
saddle	75	cái yên xe
safety helmet	50	mũ bảo hiểm
safety pin	47	kim gút
sail	79	cánh buồm
sailboat	79	thuyền buồm
sailing	105	đi thuyền buồm
salad	68	xà lách
salamander	13	con rồng lửa
salt	68	muối
sand	89	cát
sandal	41	giày săng đan
sandpit	118	hố cát
sandwich	63	bánh mì sandwich
satellite dish	99	đĩa vệ tinh
Saturn	98	sao Thổ
sausage	65	xúc xích
saxophone	111	kèn saxophone
scale	31	cái cân
scanner	52	máy quét
scarf	40	khăn quàng cổ
scissors	120	cái kéo
scooter	75	xe tay ga
scorpion	11	con bò cạp
screw	49	đinh vít
screwdriver	49	cái tu vít
seahorse	15	con cá ngựa
seal	15	con hải cẩu
seaweed	15	rong biển
second	124	thứ hai
second hand	114	kim chỉ giây
semicircle	130	bán nguyệt
semicolon	134	dấu chấm phẩy
seven	125	số bảy
seventeen	127	số mười bảy
seventeenth	127	thứ mười bảy
seventh	125	thứ bảy
seventy	129	số bảy mươi
seventy-one	129	số bảy mươi mốt
sewing machine	36	máy may
sewing needle	47	kim may
shaker	30	bình đựng muối
shark	15	con cá mập
shaving brush	46	cọ cạo râu
sheep	9	con cừu mẹ
sheet	26	khăn trải giường
shelf	27	kệ
shin	23	ống quyển
ship	78	con tàu
shirt	39	áo sơ mi
shoelaces	41	dây giày
shoes	41	giày
shorts	39	quần short
shoulder	23	vai
shoulder bag	43	túi đeo vai
shovel	51	cái xẻng
shower	27	vòi hoa sen
sidewalk	80	vỉa hè
single quotation marks	134	dấu móc đơn
sink	31	bồn rửa
six	125	số sáu
sixteen	127	mười sáu
sixteenth	127	thứ mười sáu
sixth	125	thứ sáu
sixty	129	số sáu mươi
sixty-one	129	số sáu mươi mốt
skeleton	22	bộ xương
skiing	106	trượt tuyết
skirt	39	váy
skull	22	hộp sọ
skunk	17	con chồn hôi
sled	75	xe trượt trên tuyết
sleeping bag	107	túi ngủ
slice of bread	62	lát bánh mì
slip joint pliers	48	kềm
slippers	41	dép
slope	93	độ dốc
snacks	68	bữa ăn nhẹ
snail	11	con ốc sen
snake	13	con rắn
snapdragon	84	cây hoa mom chó
snare drum	112	trống có dây mặt trống
sneakers	41	giày thể thao
snow	94	tuyết
snowboarding	106	trượt tuyết bằng ván
snowdrop	85	hoa giọt tuyết
soap	27	xà phòng
soccer	106	bóng đá
socks	41	vớ
sofa	25	ghế xô-pha
soil	92	đất
soup	68	canh
South America	96	Nam Mỹ
space	99	không gian
space shuttle	99	phi thuyền không gian
space station	99	trạm không gian
sparrow	6	chim sẻ
speaker	53	cái loa
speed skating	106	trượt băng tốc độ
sphere	130	hình cầu
spider	11	con nhện
spinach	61	rau bina
spirit level	48	thước đo mặt phẳng
spoke	72	cái nan hoa
sponge	27	bọt biển
spoon	30	cái muỗng
spring	116	mùa xuân
spring onion	61	hành lá
square	130	hình vuông
square root of	135	căn bậc hai của
squirrel	20	con sóc
stadium	106	sân vận động
stage	109	sân khấu
stamp	122	con tem

staple remover	123	dụng cụ gỡ kim bấm	
stapler	123	đồ bấm kim	
staples	123	kim bấm	
star	131	ngôi sao	
starfish	15	con sao biển	
statue	108	bức tượng	
steak	65	bò bít tết	
steering wheel	72	vô lăng	
stem	87	cuống cây	
steps	24	bậc thềm	
stone	91	đá cuội	
stool	28	cái ghế đẩu	
stopwatch	107	đồng hồ bấm giờ	
stork	6	con cò	
strawberry	55	trái dâu	
stream	90	khe suối	
street	80	đường phố	
streetcar	77	xe điện	
stroller	75	xe đẩy em bé	
submarine	79	tàu ngầm	
sugar	69	đường	
suit	38	đồ vét	
suitcase	43	va li	
summer	116	mùa hè	
Sun	98	mặt trời	
sunflower	86	hoa hướng dương	
sunglasses	45	kính mát	
sunrise	117	lúc bình minh	
supermarket	54	siêu thị	
swallow	6	con chim én	
swan	6	con thiên nga	
sweater	39	áo len	
swimming	107	bơi	
swimming pool	107	hồ bơi	
swimming trunks	38	quần bơi	
swimsuit	38	áo bơi một mảnh	
T T-shirt	39	Áo thun	
table tennis	106	bóng bàn	
tableware	28	bộ chén đĩa	
tadpole	13	con nòng nọc	
taekwondo	103	môn võ taekwondo	
tail	20	cái đuôi	
tambourine	112	trống nhỏ	
tape dispenser	121	đồ đựng băng keo	
tape measure	50	thước dây	
tea	71	trà	
teapot	31	ấm trà	
teaspoon	31	muỗng cà phê	
telephone	52	điện thoại	
telescope	121	kính thiên văn	
television	37	ti vi	
ten	126	số mười	
ten thousand	126	mười ngàn	
tennis	107	tennis	
tent	107	lều	
tenth	126	thứ mười	
theater	109	nhà hát	
thigh	21	bắp đùi	
third	124	thứ ba	
thirteen	126	số mười ba	
thirteenth	126	thứ mười ba	
thirty	128	số ba mươi	
thirty-one	128	số ba mươi mốt	
thread	44	sợi chỉ	
three	124	số ba	
throat	23	cổ họng	
thumb	23	ngón tay cái	
tie	40	cà vạt	
tiger	18	con hổ	
timpani	112	bộ trống một mặt trong dàn nhạc	
tire	72	vỏ xe	
toad	13	con cóc	
toast	62	bánh mì nướng	
toaster	35	máy nướng bánh mì	
toe	21	ngón chân	
toilet	27	nhà vệ sinh	
toilet paper	27	giấy vệ sinh	
tomato	59	cà chua	
toolbox	58	hộp công cụ	
toothbrush	46	bàn chải đánh răng	
toothpaste	46	kem đánh răng	
torch	50	đèn pin	
tornado	95	cơn lốc xoáy	
tortoise	13	con rùa	
tow truck	73	xe kéo	
towel	27	cái khăn	
tracksuit	38	đồ thể thao mặc liền thân	
tractor	74	máy kéo	
traffic	80	giao thông	
traffic light	75	đèn giao thông	
train	77	xe lửa	
transporter	73	xe hàng	
tree	87	cây	
triangle	131	tam giác	
trombone	111	kèn trôm-bon	
trousers	39	quần dài	
truck	73	xe tải	
trumpet	111	kèn hơi	
trunk	72	thùng xe	
tuba	111	kèn tuba	
tulip	85	hoa tu líp	
tuning fork	113	que điều chỉnh âm vực	
tunnel	81	đường hầm	
turkey	8	gà tây	
turnip	60	cây củ cải	
turtle	15	con rùa	
tusk	16	cái ngà	
tweezers	46	cái nhíp	
twelfth	126	thứ mười hai	
twelve	126	số mười hai	
twentieth	128	thứ hai mươi	
twenty	128	số hai mươi	
twenty-first	128	thứ hai mươi mốt	
twenty-one	128	số hai mươi mốt	
two	124	số hai	
two hundred	124	hai trăm	
U umbrella	43	ô dù	
underground	77	tàu điện ngầm	
Uranus	98	sao Thiên Vương	
V vacuum cleaner	37	máy hút bụi	

	valley	92	thung lũng
	van	73	xe van
	vase	33	lọ hoa
	Venus	98	Sao Kim
	video camera	53	máy quay video
	vineyard	86	vườn nho
	violin	113	đàn vĩ cầm
	volcano	93	núi lửa
	volleyball	105	bóng chuyền
	vulture	6	con chim kền kền
W	wagon	77	toa xe
	waist	21	eo
	walking stick	43	cây gậy
	wall	24	bức tường
	wallet	43	ví
	walnut	65	trái óc chó
	walrus	15	con hải mã
	wardrobe	26	tủ quần áo
	washing machine	37	máy giặt
	wasp	11	ong bắp cày
	waste basket	123	giỏ rác
	watch	42	đồng hồ
	water	71	nước
	water lily	85	cây bông súng
	water polo	107	thủy cầu
	water skiing	106	trượt nước
	waterfall	100	thác nước
	watermelon	56	dưa hấu
	watermill	100	cối xay nước
	wave	100	sóng
	weed	84	cỏ dại
	week	115	tuần
	weightlifting	102	cử tạ
	whale	14	con cá voi
	wheat	86	lúa mì
	wheel	75	bánh xe
	wheelbarrow	51	xe cút kít
	whistle	123	cái còi
	white	133	màu trắng
	wind	95	gió
	window	24	cửa sổ
	windscreen	72	kính chắn gió
	windscreen wipers	72	cần gạt nước
	wing	6	cánh chim
	wing	76	cánh máy bay
	winter	116	mùa đông
	wolf	17	con chó sói
	wood	88	gỗ
	woodpecker	6	chim gõ kiến
	wrestling	103	đấu vật
	wrist	23	cổ tay
	writing pad	123	bảng kê giấys
Y	yacht	78	du thuyền
	year	115	năm
	yellow	132	màu vàng
	yogurt	70	sữa chua
	yolk	66	lòng đỏ trứng gà
Z	zebra	19	con ngựa rằn
	zero	129	con số không
	zipper	44	dây kéo